Fullkominn leiðarvísir fyrir ávaxtasafa

100 EINFALDAR, LJÚFFENGAR OG NÆRINGARRÍKAR SAFAUPPSKRIFTIR TIL AÐ AUKA HEILSU ÞÍNA OG ORKU

Karen Árnadóttir

Allur réttur áskilinn.

Fyrirvari

Upplýsingunum sem er að finna í þessari rafbók er ætlað að þjóna sem alhliða safn aðferða sem höfundur þessarar rafbókar hefur rannsakað. Samantektir, aðferðir, ábendingar og brellur eru aðeins meðmæli frá höfundi og lestur þessarar rafbókar mun ekki tryggja að niðurstöður manns muni nákvæmlega endurspegla niðurstöður höfundar. Höfundur rafbókarinnar hefur lagt allt kapp á að veita lesendum rafbókarinnar núverandi og nákvæmar upplýsingar. Höfundur og félagar hans munu ekki bera ábyrgð á óviljandi villu eða vanrækslu sem kunna að finnast. Efnið í rafbókinni getur innihaldið upplýsingar frá þriðja aðila. Efni frá þriðja aðila samanstanda af skoðunum frá eigendum þeirra. Sem slíkur tekur höfundur rafbókarinnar ekki ábyrgð eða ábyrgð á efni eða skoðunum þriðja aðila. Hvort sem það er vegna framfara internetsins, eða ófyrirséðra breytinga á stefnu fyrirtækisins og leiðbeiningum um ritstjórn, getur það sem fram kemur sem staðreynd þegar þetta er skrifað orðið úrelt eða óviðeigandi síðar.

Rafbókin er höfundarrétt © 2024 með öllum rétti áskilinn. Það er ólöglegt að endurdreifa, afrita eða búa til afleitt verk úr þessari rafbók í heild eða að hluta. Enga hluta þessarar skýrslu má afrita eða endursenda á nokkurn hátt afrita eða endursenda á nokkurn hátt án skriflegs og undirritaðs leyfis höfundar.

EFNISYFIRLIT

EFNISYFIRLIT..4

INNGANGUR...8

DÚS FYRIR BYRJANDA..9

    1. GRÆNN GYÐJUSAFI...10
    2. GINGER ZINGER SAFI..12
    3. TROPI-GRÆNKÁLSSAFI..14
    4. IMMUNE BOOSTER SAFI..16
    5. GRÆNKÁL KICKSTART JUICE....................................18
    6. GÚRKUKÆLIR SAFI...20

SAFAR FYRIR ÞYNGDATAP...22

    7. GRANATEPLASAFI..23
    8. VATNSMELÓNUSAFI...25
    9. GREIPALDINSSAFI...27
    10. GULRÓTARSAFI..29
    11. KÁLSAFI...31
    12. GÚRKUSAFI...33
    13. GRÆNIR ÁVEXTIR OG GRÆNMETISSAFABLANDA.......35
    14. RÆTUR, LAUF OG ÁVAXTASAFABLANDA.................38
    15. TROPICAL DJÚSBLANDA..41
    16. SÆT OG BRAGÐMIKIL SAFABLANDA......................44
    17. APPELSÍNUGULT DETOX SAFABLANDA...................47
    18. FRÍSKANDI SAFABLANDA......................................50
    19. LEMONADE BLITZ SAFABLANDA...........................53
    20. MORNING GLORY SAFABLANDA...........................56
    21. RAUÐHEIT SAFABLANDA......................................59
    22. SÍTRUSBLÁBERJABLANDA....................................62
    23. VATNSMELÓNA APPELSÍNUSAFI...........................64

24. BERRY BEET SPECIAL.. 66
25. SNILLDAR SNARL... 68
26. ÞYNGDARMARKSHRISTINGUR.................................. 70
27. EPLI VATNSMELÓNA KÝLA....................................... 72
28. SWEET SHAKE.. 74
29. OFUR ÞYNGDARTAP KOKTEILL................................. 76
30. FEEL THE BURN FAT BURNER.................................. 79
31. CELLULITE BUSTER.. 81
32. GREIPALDIN WATERCRESS DELIGHT....................... 83
33. TROPIC ÞYNGDARTAP SAFI...................................... 85
34. HINDBERJA EPLASAFI.. 87
35. JICAMA SAFI... 89
36. APPELSÍNUGULT BONANZA.................................... 91
37. MINTY REFRESHER.. 93

SAFAR FYRIR ÓNÆMISKERFIÐ.................................. 95

38. SÍTRUSSAFAR... 96
39. TÓMATSAFI.. 98
40. ABC SAFABLANDA.. 100
41. SUNSHINE DJÚSBLANDA.. 103

SAFAR FYRIR BETRI MELTINGU................................ 105

42. SÍTRÓNUSAFI.. 106
43. SVESKJUSAFI... 108
44. ANDOXUNAREFNI SAFABLANDA........................... 110
45. GO GREEN JUICE BLEND.. 113

DÚSING FYRIR HORMÓNASTJÓRNUN...................... 116

46. CRUCIFEROUS GRÆNMETI..................................... 117
47. SÚRKIRSUBERJASAFI.. 119
48. APPELSÍNUGULT SAFABLANDA.............................. 122

DÚSING FYRIR AFEITUR.. 125

49. EPLASAFI... 126
50. AFEITRANDI SAFABLANDA..................................... 129

51. Engifer og grænmetis Zinger safablanda...............132
52. The Detox Special.................................135
53. Borscht í glasi....................................137
54. Glamour Grænir....................................139
55. Granatepli Power..................................141
56. Uppörvandi líkamshreinsun.........................143
57. Iron Man..145
58. Total Body Detox..................................147
59. Gulrótarhreinsun..................................149
60. Þistilhjörtu kóríander kokteill...................151
61. C-Water Detox.....................................153
62. Papaya jarðaberjahreinsun.........................155
63. Epli gúrku kokteill...............................157
64. Avocado Smoothie..................................159
65. Minty Melon Cleanser..............................161
66. Cranapple Magic...................................163
67. Hreinsun fyrir hvítkál............................165
68. Yamtastic...167
69. Deiglan...169
70. Kanill eplasafi...................................171
71. Hreinsun fyrir rótargrænmeti......................173
72. Mangó te..175
73. Drekktu grænmetið þitt............................177
74. Afeitrunartækið...................................179
75. Sýnin...181
76. Sæt gulrót..183

SAFAR TIL AÐ HÆGA Á ÖLDRUN...............185

77. Rauður vínberjasafi...............................186
78. Gúrkusafi...188
79. Ung og fersk safablanda...........................190
80. Ungleg bleik djúsblanda...........................192

DAUFIÐ FYRIR HEILBRIGÐAN LÍKAMA...............195

81. Bláberjablástur..................196
82. Appelsínu jarðarberjasafi..................198
83. Appelsínu bananasafi..................200
84. Kryddud agúrka..................202
85. Bean vél..................204
86. Power Punch..................206
87. Grænmetis súpersafi..................208
88. Rófumeistarinn..................210
89. Bláberja epli..................212
90. The Energizer..................214
91. Salatleikur..................216
92. Best af báðum heimum..................218
93. Einföld ánægja..................220
94. Rauður, hvítur og svartur..................222
95. Ananas sellerí kokteill..................224
96. Agúrka hunangspunch..................226
97. Galdralækningar..................228
98. Night on the Town Tonic..................230
99. Trönuberjasafi..................233
100. Granateplasafi..................235

NIÐURSTAÐA..................238

INNGANGUR

Ávaxtasafar eru náttúruleg leið til að fríska upp á, næra og gefa líkamanum orku. Pakkað með nauðsynlegum vítamínum, steinefnum og andoxunarefnum, þessir drykkir eru ekki aðeins ljúffengir heldur bjóða upp á margvíslegan heilsufarslegan ávinning. Hvort sem þú ert að leita að afeitrun, efla friðhelgi eða einfaldlega njóta bragðgóðurs, þá eru ávaxtasafar fjölhæfur og auðvelt að búa til. Allt frá suðrænum blöndum til grænna orkuvera, þetta safn af ávaxtasafauppskriftum mun hvetja þig til að verða skapandi í eldhúsinu og njóta líflegs bragðs náttúrunnar í hverjum sopa. Við skulum kafa inn í heim hressandi, endurlífgandi ávaxtasafa!

DÚS FYRIR BYRJANDA

1. Grænn gyðjusafi

Hráefni

- 3 stilkar sellerí
- 1/2 stór agúrka, skorin í fernt
- 1 meðalgrænt epli, skorið í áttundu
- 1 meðalstór pera, skorin í áttundu

a) Safa allt hráefnið í samræmi við leiðbeiningar um venjulega safapressun í handbók safapressunnar.

b) Drekkið strax, eða látið kólna í klukkutíma og njótið svo.

2. Ginger Zinger safi

Hráefni

- 2 meðalstór epli, skorin í áttundu
- 5 gulrætur (þarf ekki að afhýða)
- 1/2 tommu ferskt engifer
- 1/4 sítrónu

a) Safa allt hráefnið í samræmi við leiðbeiningar um venjulega safapressun í handbók safapressunnar.

b) Drekkið strax, eða látið kólna í klukkutíma og njótið svo.

3. Tropi-Grænkálssafi

Hráefni

- 1/4 af ferskum ananas, húð og kjarni fjarlægður og skorinn í 1" ræmur
- 4 grænkálsblöð
- 1 þroskaður banani, afhýddur
- Fyrir andoxunarefni sprengjusafa:
- 2 meðalstórar rófur, skornar í fernt og grænmetið
- 1 bolli bláber
- 1 bolli helminguð, afhýdd jarðarber

c) Safa allt hráefnið í samræmi við leiðbeiningar um venjulega safapressun í handbók safapressunnar.

d) Drekkið strax, eða látið kólna í klukkutíma og njótið svo.

4. Immune Booster safi

Hráefni

- 2 appelsínur, skornar í fjórar
- 1/4 sítróna (fjarlægðu hýði fyrir minni beiskju)
- 1 meðalstórt epli, skorið í áttundu
- 1/2" ferskt engifer

a) Safa allt hráefnið í samræmi við leiðbeiningar um venjulega safapressun í handbók safapressunnar.

b) Drekkið strax, eða látið kólna í klukkutíma og njótið svo.

5. Grænkål Kickstart Juice

Hráefni

- 1 appelsína, skorin í fjórða
- 1 bolli helminguð og afhýdd jarðarber
- 2 grænkálsblöð
- 3 gulrætur
- 1 þroskaður banani

a) Safa allt hráefnið í samræmi við leiðbeiningar um venjulega safapressun í handbók safapressunnar.

b) Drekkið strax, eða látið kólna í klukkutíma og njótið svo.

6. Gúrkukælir safi

Hráefni

- 1/4 þroskuð kantalópa, fræ fjarlægð, skorin í bita (ekki þarf að afhýða)
- 2 stilkar sellerí
- 1/2 agúrka, skorin í sneiðar
- 1/4 sítróna (fjarlægðu hýði til að draga úr beiskju)

a) Safa allt hráefnið í samræmi við leiðbeiningar um venjulega safapressun í handbók safapressunnar.

b) Drekkið strax, eða látið kólna í klukkutíma og njótið svo.

SAFAR FYRIR ÞYNGDATAP

7. Granateplasafi

Leiðbeiningar

a) Skerið ferskt granatepli í tvennt, þversum.

b) Lyftið handfanginu á safapressunni og setjið annan helming af granateplinu á það með holdugum hlutanum niður.

c) Þrýstu niður með hóflegum þrýstingi og horfðu á hvernig ferskur safi flæðir út úr ávöxtunum. Haltu áfram að pressa þar til þér líður eins og þú hafir dregið allan safa úr ávöxtunum.

d) Haltu áfram að safa hálfa granatepli þar til þú hefur nægan safa í eitt glas.

e) Ef þú vilt hreinan safa án fræja geturðu látið hann fara í gegnum sigti fyrst.

f) Ef granatepli ávöxturinn sem þú hefur safa er ekki nógu sætur gætirðu bætt náttúrulegu sætuefni við safann þinn. En ef aðalmarkmið þitt er að léttast, þá gætir þú þurft að þjálfa þig í að njóta ferskra ávaxtasafa án þess að bæta við sykri.

8. Vatnsmelónusafi

Leiðbeiningar
   a) Skerið vatnsmelónuna í tvennt og haltu síðan áfram að skera ávextina í teninga.

   b) Fjarlægðu fræin úr holdinu. Þú mátt skilja hvítu, mjúku fræin eftir ef þér er sama um smá áferð í safanum þínum.

   c) Settu vatnsmelónu teningana í safapressuna þína og þrýstu síðan niður til að fá ferskan safa til að flæða. Haltu áfram að safa vatnsmelónu teninga þar til þú hefur nóg fyrir eitt glas.

9. Greipaldinssafi

Leiðbeiningar

a) Skolaðu greipaldinið vandlega með volgu vatni.

b) Skerið greipaldinið í tvennt, þversum.

c) Settu einn greipaldinshelminginn í safapressuna þína með holdugu hliðina niður.

d) Ýttu niður á safapressuna þína þar til ferskur, bleikur safi byrjar að flæða.

e) Endurtaktu þessi skref þar til þú fyllir heilt glas með ferskum safa.

f) Með því að drekka greipaldinsafa muntu auka neyslu þína á C-vítamíni. Þessi safi inniheldur einnig trefjar, magnesíum og kalíum.

g) Sameinaðu þessu heilbrigðu, hollt mataræði og reglulegri hreyfingu og þú ert viss um að byrja að losa þig við þessi þrjósku umfram kíló.

10. Gulrótarsafi

Leiðbeiningar

a) Saxið gulræturnar til að auðveldara sé að safa þær. En ef þú átt öfluga safapressu gætirðu sleppt þessu skrefi.

b) Settu gulrótarbitana í safapressuna þína og þrýstu síðan niður þar til ferskur safi byrjar að flæða. Haltu þessu áfram þar til þú hefur fengið eitt glas af ferskum gulrótarsafa.

c) Þó að það sé best að gæða sér á gulrótarsafa í morgunmat þá geturðu líka drukkið hann hvenær sem er.

d) Gulrætur innihalda andoxunarefni líka, sem geta hjálpað til við að styrkja ónæmiskerfið. Þetta er mikilvægur ávinningur ef þú ert að reyna að léttast.

11. Kálsafi

Leiðbeiningar

a) Veldu kálhaus sem er stífur og með stökkum laufum. Þessi tegund af káli mun framleiða meiri safa samanborið við kálhausa með slök, gulnandi laufum.

b) Skolið kálið með köldu rennandi vatni.

c) Saxið kálhausinn í kubba sem passa í fóðurrennuna á safapressunni þinni.

d) Settu kálblokkina í safapressuna þína og þrýstu síðan niður þar til ferskur safi byrjar að flæða.

e) Haltu áfram að bæta við hvítkálsblokkum þar til þú hefur nægan safa til að fylla eitt glas.

12. Gúrkusafi

Leiðbeiningar

a) Skerið endana á gúrkunni af.

b) Þú mátt eða mega ekki afhýða það áður en þú safar. Hvort heldur sem er, passaðu að skola gúrkuna fyrst áður en þú byrjar að sneiða.

c) Skerið gúrkuna í bita sem passa í fóðurrennuna á safapressunni þinni.

d) Bætið bitum af agúrku í safapressuna og þrýstið niður þar til ferskur safi byrjar að flæða.

13. Grænir ávextir og grænmetissafablanda

Skammtastærð: 1 skammtur

Hráefni

- ½ sítróna
- 1 agúrka
- 1 stykki af engifer (ferskt)
- 2 græn epli
- 3 sellerístilkar (fjarlægðu blöðin)
- myntukvistur

Leiðbeiningar

a) Þvoðu alla ávextina og grænmetið og notaðu síðan pappírshandklæði til að þurrka þá.

b) Afhýðið engifer, epli, gúrku og sítrónu.

c) Skerið allt hráefnið í bita sem passa í fóðurrennuna á safapressunni þinni.

d) Settu ávaxta- og grænmetisbitana í safapressuna þína. Þrýstið safapressunni niður þar til ferskur safi byrjar að flæða. Að safa hráefnin fer eftir gerð safapressunnar sem þú átt.

e) Þegar þú hefur nóg af safa til að fylla eitt glas skaltu bæta myntukvistinum við og njóta.

14. Rætur, lauf og ávaxtasafablanda

Skammtastærð: 1 skammtur

Hráefni

- ¼ ananas
- ½ sítróna
- 1 meðalstór rófa
- 1 appelsína
- 2 rauðkálsblöð
- 3 meðalstórar gulrætur
- handfylli af spínati

Leiðbeiningar:

a) Þvoðu alla ávextina og grænmetið og notaðu síðan pappírshandklæði til að þurrka þá.

b) Flysjið ananasinn, sítrónuna, rófana, gulræturnar og appelsínuna.

c) Skerið allt hráefnið í bita sem passa í fóðurrennuna á safapressunni þinni.

d) Settu ávaxta- og grænmetisbitana í safapressuna þína. Þrýstið safapressunni niður þar til ferskur safi byrjar að flæða. Að safa hráefnin fer eftir gerð safapressunnar sem þú átt.

e) Þegar þú hefur nóg af safa til að fylla eitt glas skaltu drekka upp!

15. Tropical djúsblanda

Skammtastærð: 1 skammtur

Hráefni

- ½ bolli af ananasbitum
- 1 stórt epli
- 2 stórar gulrætur
- 2 stykki af engifer (ferskt)

Leiðbeiningar:

a) Þvoðu alla ávextina og grænmetið og notaðu síðan pappírshandklæði til að þurrka þá.

b) Afhýðið eplið, gulræturnar og engiferið.

c) Skerið allt hráefnið (nema ananas) í bita sem passa í fóðurrennuna á safapressunni þinni.

d) Settu ávaxta- og grænmetisbitana í safapressuna þína. Þrýstið safapressunni niður þar til ferskur safi byrjar að flæða. Að safa hráefnin fer eftir gerð safapressunnar sem þú átt.

e) Þegar þú hefur nóg af safa til að fylla eitt glas geturðu notið suðrænu safablöndunnar þinnar.

16. Sæt og bragðmikil safablanda

Skammtastærð: 1 skammtur

Hráefni:

- 1 bolli af spínati
- 1 agúrka
- 1 lime
- 1 stykki af engifer (ferskt)
- 2 sellerístilkar (fjarlægðu blöðin)
- 3 meðalstór epli

Leiðbeiningar:

a) Þvoðu alla ávextina og grænmetið og notaðu síðan pappírshandklæði til að þurrka þá.

b) Afhýðið gúrkuna, lime, engifer og epli.

c) Skerið allt hráefnið í bita sem passa í fóðurrennuna á safapressunni þinni.

d) Settu ávaxta- og grænmetisbitana í safapressuna þína. Þrýstið safapressunni niður þar til ferskur safi byrjar að flæða. Að safa hráefnin fer eftir gerð safapressunnar sem þú átt.

e) Þegar þú hefur nóg af safa til að fylla eitt glas skaltu njóta þessarar safablöndu til að róa magann og láta þér líða betur.

17. Appelsínugult detox safablanda

Skammtastærð: 2 skammtar

Hráefni

- 1 appelsína
- 1 sæt kartöflu (um það bil 5 tommur að lengd, annað hvort soðin eða ósoðin)
- 2 meðalstór epli
- 2 meðalstórar perur
- 3 sellerístilkar (fjarlægðu blöðin)

Leiðbeiningar:

a) Ef þú ætlar að elda sætu kartöfluna skaltu gera þetta fyrst.

b) Þvoðu alla ávextina og grænmetið og notaðu síðan pappírshandklæði til að þurrka þá.

c) Afhýðið appelsínuna, sætu kartöfluna, eplin og perurnar.

d) Skerið allt hráefnið í bita sem passa í fóðurrennuna á safapressunni þinni.

e) Settu ávaxta- og grænmetisbitana í safapressuna þína. Prýstið safapressunni niður þar til ferskur safi byrjar að flæða. Að safa hráefnin fer eftir gerð safapressunnar sem þú átt.

f) Þegar þú hefur nóg af safa til að fylla eitt glas, njóttu þessarar sætu og mettandi safablöndu.

18. Frískandi safablanda

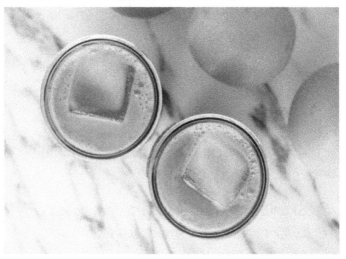

Skammtastærð: 1 skammtur

Hráefni

- ½ agúrka
- ½ stykki af engifer (ferskt)
- 1 sítrónu
- 1 appelsína
- 3 sellerístilkar (fjarlægðu blöðin)
- 3 meðalstór epli
- 4 grænkálsblöð

Leiðbeiningar:

a) Þvoðu alla ávextina og grænmetið og notaðu síðan pappírshandklæði til að þurrka þá.

b) Afhýðið gúrku, engifer, sítrónu, appelsínu og eplum.

c) Skerið allt hráefnið í bita sem passa í fóðurrennuna á safapressunni þinni.

d) Settu ávaxta- og grænmetisbitana í safapressuna þína. Þrýstið safapressunni niður þar til ferskur safi byrjar að flæða. Að safa hráefnin fer eftir gerð safapressunnar sem þú átt.

e) Þegar þú hefur nóg af safa til að fylla eitt glas, njóttu þessarar hressandi hollustu safablöndu.

19.   Lemonade Blitz safablanda

Skammtastærð: 1 skammtur

Hráefni

- 1 bolli af spínati
- ½ lime
- 1 sítrónu
- 1 stykki af engifer (ferskt)
- 2 sellerístilkar (fjarlægðu blöðin)
- 2 græn epli
- 4 grænkálsblöð

Leiðbeiningar:

a) Þvoðu alla ávextina og grænmetið og notaðu síðan pappírshandklæði til að þurrka þá.

b) Afhýðið lime, sítrónu, engifer og eplum.

c) Skerið allt hráefnið í bita sem passa í fóðurrennuna á safapressunni þinni.

d) Settu ávaxta- og grænmetisbitana í safapressuna þína. Þrýstið safapressunni niður þar til ferskur safi byrjar að flæða. Að safa hráefnin fer eftir gerð safapressunnar sem þú átt.

e) Þegar þú átt nægan safa til að fylla eitt glas, njóttu þessarar súrtuðu, þyngdartapandi útgáfu af klassíska límonaðidrykknum.

20. Morning Glory safablanda

Skammtastærð: 1 skammtur

Hráefni

- 1 tsk spirulina (þurrkað)
- 1 meðalstór rauðrófa
- 2 meðalstórar gulrætur
- 2 appelsínur

Leiðbeiningar:

a) Þvoðu alla ávextina og grænmetið og notaðu síðan pappírshandklæði til að þurrka þá.

b) Afhýðið rauðrófur, gulrætur og appelsínur.

c) Skerið allt hráefnið í bita sem passa í fóðurrennuna á safapressunni þinni.

d) Settu ávaxta- og grænmetisbitana í safapressuna þína. Þrýstið safapressunni niður þar til ferskur safi byrjar að flæða. Að safa hráefnin fer eftir gerð safapressunnar sem þú átt.

e) Þegar þú hefur nóg af safa til að fylla eitt glas, bætið þá spirulina út í, blandið vel saman og njótið!

21. Rauðheit safablanda

Skammtastærð: 1 skammtur

Hráefni

- 2 bollar af spínati
- ½ lime
- 1 jalapenó
- 1 meðalstór rauðrófa
- 1 stykki af engifer (ferskt)
- 2 sellerístilkar
- 5 stórar gulrætur

Leiðbeiningar:

a) Þvoðu alla ávextina og grænmetið og notaðu síðan pappírshandklæði til að þurrka þá.

b) Afhýðið lime, rauðrófur, engifer og gulrætur.

c) Ef þú vilt draga úr kryddinu geturðu fræhreinsað jalapeño fyrst.

d) Skerið allt hráefnið (nema jalapeño) í bita sem passa í fóðurrennuna á safapressunni þinni.

e) Settu ávaxta- og grænmetisbitana í safapressuna þína. Þrýstið safapressunni niður þar til ferskur safi byrjar að flæða. Að safa hráefnin fer eftir gerð safapressunnar sem þú átt.

f) Þegar þú hefur nóg af safa til að fylla eitt glas, njóttu þessarar einstöku safablöndu með látum.

22. Sítrusbláberjablanda

GEFUR 1 BIKIL

Hráefni

- 1 bolli bláber
- 2 appelsínur, afhýddar
- 1 bleik greipaldin, afhýdd

Leiðbeiningar:

a) Vinnið ávextina í gegnum innrennslisrör rafrænnar safapressu í samræmi við leiðbeiningar framleiðanda í hvaða röð sem þú vilt.

b) Drekkið eins fljótt og auðið er eftir undirbúning.

23. Vatnsmelóna appelsínusafi

GIFTIR 11/2 KOLA

Hráefni

- 2 bollar vatnsmelónubitar
- 1 stór appelsína, afhýdd

Leiðbeiningar:

a) Vinnið ávextina í gegnum rafræna safapressu samkvæmt leiðbeiningum framleiðanda.

b) Berið fram eitt sér eða yfir ís.

24. Berry Beet Special

GEFUR 1 BIKIL

Hráefni

- 1 bolli bláber
- 1/2 bolli jarðarber
- 1/2 meðalstór rófa
- 1 stórt lauf regnbogakol
- 1/2 bolli lindarvatn

Leiðbeiningar:

a) Vinnið berin í gegnum rafræna safapressu samkvæmt leiðbeiningum framleiðanda.

b) Bætið rófunni og kartöflunni saman við.

c) Þeytið safann saman við vatnið til að blandast saman og njóta!

25. Snilldar snarl

GEFUR 1 1/2 BOLLAR 1

Hráefni

- sætar kartöflur, skrældar
- 4 stilkar sellerí, með laufum
- 1/2 bolli spínat
- 1 kúrbít
- 1 agúrka

Leiðbeiningar:

a) Skerið sætu kartöfluna í bita og vinnið í gegnum rafræna safapressu samkvæmt leiðbeiningum framleiðanda.
b) Bætið selleríinu og spínatinu út í.
c) Skerið kúrbítinn í bita og bætið honum í safapressuna og síðan gúrkuna.
d) Peytið safann vandlega saman og berið fram yfir ís að vild.

26. Pyngdarmarkshristingur

VEGUR 21/2 BOLLI (2 SKÓMTAR)

Hráefni

- 1 meðalstór sykurrófa, toppar valfrjálst
- 5 gulrætur, snyrtar
- 2 stilkar sellerí, þar á meðal blöð
- 1 agúrka, skorin í bita
- 1 greipaldin, afhýdd
- 1 kíví
- plóma, grýtt
- perur, kjarnhreinsaðar
- 2 epli, kjarnhreinsuð

Leiðbeiningar:

a) Vinnið rófurnar og gulræturnar í gegnum rafræna safapressu samkvæmt leiðbeiningum framleiðanda.
b) Bætið selleríinu og gúrkunni út í.
c) Bætið greipaldininu og kívíinu út í og síðan plómuna.
d) Bætið perunum og eplum út í.
e) Þeytið eða hristið safann til að sameina hráefnin. Berið fram beint upp eða yfir ís.

27. Epli vatnsmelóna kýla

GIFTIR 1 1/2 KOLA

Hráefni

- epli, kjarnhreinsuð
- bollar vatnsmelóna, skorin í bita

Leiðbeiningar:

a) Vinnið eplin í gegnum rafræna safapressu samkvæmt leiðbeiningum framleiðanda.
b) Bætið vatnsmelónunni út í.
c) Þeytið safann saman til að blandast saman og berið fram strax.

28. Sweet Shake

GEFUR 1 BIKIL

Hráefni

- 1 banani, frosinn eða ferskur
- 1 epli, kjarnhreinsað
- 1 tsk graskersbökukrydd
- Bananar í blandara

Leiðbeiningar:

a) Notaðu safapressu eða blandara af kúlugerð til að sameina kvoða ávexti eins og banana og avókadó.

b) Blandið öllu hráefninu saman í blandara og maukið þar til það er slétt.

c) Berið fram strax.

29. Ofur þyngdartap kokteill

GEFUR 2 BOLLAR (2 SKÓMTAR)

Hráefni

- 2 stilkar sellerí, þar á meðal blöð
- 1/2 agúrka
- 1/4 höfuð grænkál
- 2 stilkar bok choy
- 1/2 meðalstórt epli, kjarnhreinsað
- 1/2 sítróna, afhýdd
- 1 (1/2 tommu) stykki engifer
- 1/2 bolli steinselja
- 5 grænkál eða collard lauf
- 1 bolli spínat

Leiðbeiningar:

a) Vinnið selleríið og gúrkuna í gegnum rafræna safapressu samkvæmt leiðbeiningum framleiðanda.
b) Skerið kálið í bita og bætið í safapressuna, fylgt eftir með bok choy, epli og sítrónu.
c) Bætið engiferinu og steinseljunni út í.
d) Bætið kálinu eða kálinu saman við og spínatinu.

e) Berið fram eitt sér eða yfir ís.

30. Feel the Burn Fat Burner

VEGUR 21/2 BOLLI (2 SKÓMTAR)

Hráefni

- 2 stórir tómatar, skornir í fjórða
- stilkar sellerí
- eða 4 radísur, með hala og snyrt
- 1 sæt rauð paprika, fræhreinsuð
- 1 gulur banani pipar, eða 1 ferskur jalapeño pipar, fræhreinsaður
- 3 grænir laukar
- 1/2 tsk cayenne pipar
- Ríkulegur slatti af Tabasco sósu, eða eftir smekk

Leiðbeiningar:

a) Vinnið tómatana og selleríið í gegnum rafræna safapressu samkvæmt leiðbeiningum framleiðanda.
b) Bætið radísum og papriku út í.
c) Bætið við grænum laukum.
d) Bætið cayenne og heitri sósunni út í.
e) Þeytið safann til að blanda saman og njóta!

31. Cellulite Buster

GEFUR 1 BIKIL

Hráefni

- 1 epli, kjarnhreinsað
- greipaldin, afhýdd
- stilkar sellerí, með laufum
- 1/2 agúrka
- 2 matskeiðar fersk myntulauf

Leiðbeiningar:

a) Vinnið eplið í gegnum rafræna safapressu samkvæmt leiðbeiningum framleiðanda.
b) Bætið greipaldinshlutunum við og síðan selleríinu.
c) Bætið gúrkunni og myntulaufunum út í.
d) Þeytið eða hristið safann til að blanda saman og njóta!

32. Greipaldin Watercress Delight

GIFTIR 11/2 KOLA

Hráefni

- greipaldin, afhýdd
- 1/2 bolli vatnakarsi
- eða 4 greinar af steinselju

Leiðbeiningar:

a) Vinnið greipaldin í gegnum rafræna safapressu samkvæmt leiðbeiningum framleiðanda.
b) Bætið karsunni og steinseljunni út í.
c) Berið safann fram einn eða yfir ís.

33. Tropic þyngdartap safi

GIFTIR 1 1/2 KOLA

Hráefni

- 2 mangó, fræhreinsuð
- 1 epli, kjarnhreinsað
- 1 greipaldin, afhýdd
- 1 (1/2 tommu) stykki af engifer

Leiðbeiningar:

a) Vinnið mangóið í gegnum rafræna safapressu samkvæmt leiðbeiningum framleiðanda.
b) Bætið við eplinum, síðan greipaldinshlutanum og engiferinu.
c) Þeytið eða hristið safann til að sameina hráefnin og berið fram.

34. Hindberja eplasafi

GIFTIR 11/2 KOLA

Hráefni

- 2 bollar hindber
- 2 epli, kjarnhreinsuð
- 1 lime, afhýdd

Leiðbeiningar:

a) Vinnið berin í gegnum rafræna safapressu samkvæmt leiðbeiningum framleiðanda.
b) Bætið eplum út í og síðan lime.
c) Þeytið eða hristið safann til að sameina hráefnin og berið fram einn eða yfir ís.

35. Jicama safi

GEFUR 1 BIKIL

Hráefni

- 1 heill jicama
- 2 bollar spínat
- 1/2 meðalstór rófa
- 1/2 sítróna, afhýdd
- 1 meðalstór appelsína, afhýdd

Leiðbeiningar:

a) Vinnið jicama í gegnum rafræna safapressu samkvæmt leiðbeiningum framleiðanda.
b) Bætið spínatinu út í.
c) Bætið rófunum út í og síðan sítrónu- og appelsínubitunum.
d) Þeytið eða hristið safann til að sameina hráefnin og berið fram yfir ís, ef vill.

36. Appelsínugult Bonanza

GEFUR 2 BIKLAR

Hráefni

- 2 litlar sykurrófur, snyrtar og með hala
- 2 stórar appelsínur, afhýddar
- 1/2 sítróna, afhýdd
- stór gulrót, snyrt
- bollar spínat
- 2 sellerístilkar með blöðum
- 1 (1 tommu) stykki ferskt engifer

Leiðbeiningar:

a) Vinnið rófurnar í gegnum rafræna safapressu samkvæmt leiðbeiningum framleiðanda.
b) Bætið appelsínubitunum saman við og síðan sítrónunni.
c) Vinnið gulrótina og bætið síðan spínatinu og selleríinu út í. Bætið engiferinu út í.
d) Þeytið safann til að blanda saman innihaldsefnum, berið fram strax.

37.   Minty Refresher

GEFUR 1 BIKIL

Hráefni

- 1 epli, kjarnhreinsað
- 5 greinar af myntu
- 1 lime, afhýdd

Leiðbeiningar:

a) Vinnið selleríið í gegnum rafræna safapressu samkvæmt leiðbeiningum framleiðanda.
b) Bætið við eplinum og síðan myntu og lime.
c) Berið fram eitt sér eða yfir ís.
d) Ríkur slatti af heitri sósu
e) Ferskar kryddjurtir til skrauts (valfrjálst)
f) Blandið hráefninu saman í vinnuskál matvinnsluvélar eða blandara þar til það er slétt.
g) Kældu í 1 klukkustund eða lengur og skreytið með ferskum kryddjurtum að vild.

SAFAR FYRIR Ónæmiskerfið

38. Sítrussafar

Hráefni
- 3 mandarínur eða 2 litlar appelsínur - afhýddar
- 1 lítil sítróna, hýðið skorið í burtu
- 1 lítið lime, hýðið skorið í burtu
- 1 tommur af engifer skrældar og þunnar sneiðar
- 1/2 tsk þurrkað túrmerik, eða 1/2 tommu stykki af skrældu fersku túrmerik
- Klípa af alvöru sjávarsalti
- Klípa af svörtum pipar
- Hunang, eftir smekk (slepptu fyrir Whole30)
- 1 1/2 bollar vatn

Leiðbeiningar
a) Afhýðið mandarínurnar eða appelsínurnar og skerið hýðið frá sítrónu og lime. Ef þú ert að nota háhraða blandara eins og blandara er hægt að halda öllum ávöxtunum heilum. Annars gætirðu viljað skera það í smærri bita.
b) Afhýðið og skerið engiferið í þunnar sneiðar og takið saman hitt hráefnið.
c) Bætið öllu hráefninu í blandara. Blandið á háu þar til slétt og engir bitar af ávöxtum eða engifer eru eftir.
d) Berið fram strax eða færið í kæli til að geyma þar til tilbúið er að njóta. Hristið áður en hellt er!

39. Tómatsafi

Hráefni
- 3 pund mjög þroskaðir garðtómatar, kjarnhreinsaðir, grófsaxaðir
- 1 1/4 bollar saxað sellerí með laufum
- 1/3 bolli saxaður laukur
- 2 matskeiðar sykur (eftir smekk)
- 1 tsk salt
- Klípa svartan pipar
- Nokkrir hristingar af Tabasco sósu, um 6-8 dropar (eftir smekk)

Leiðbeiningar:
a) Setjið öll innihaldsefnin í stóran pott sem ekki hvarfast (notið ryðfríu stáli, ekki ál). Látið suðuna koma upp og eldið, án loks, þar til blandan er alveg súpandi, um 25 mínútur.
b) Þvingaðu blönduna í gegnum sigti, kínverska eða matarmylla. Kælið alveg.
c) Geymið þakið og kælt. Endist í ca 1 viku í kæli.

40. ABC safablanda

Skammtastærð: 1 skammtur

Hráefni

- 1 grænt epli
- 1 sítrónu
- 1 stykki af engifer (ferskt)
- 2 rófur
- 3 gulrætur

Leiðbeiningar:

a) Þvoðu alla ávexti og grænmeti og notaðu síðan pappírshandklæði til að þurrka þá.

b) Afhýðið græna eplið, sítrónu, engifer, rauðrófur og gulrætur.

c) Skerið allt hráefnið í bita sem passa í fóðurrennuna á safapressunni þinni.

d) Settu ávaxta- og grænmetisbitana í safapressuna þína. Þrýstið safapressunni niður þar til ferskur safi byrjar að flæða. Að safa hráefnin fer eftir gerð safapressunnar sem þú átt.

e) Þegar þú átt nóg af safa til að fylla eitt glas, njóttu þessarar hollustu safablöndu sem stuðlar að friðhelgi.

41. Sunshine djúsblanda

Skammtastærð: 1 skammtur

Hráefni

- 1 stykki af engifer (ferskt)
- 2 appelsínur
- 4 gulrætur

Leiðbeiningar:

a) Þvoðu alla ávextina og grænmetið og notaðu síðan pappírshandklæði til að þurrka þá.

b) Afhýðið engifer, appelsínur og gulrætur.

c) Skerið allt hráefnið í bita sem passa í fóðurrennuna á safapressunni þinni.

d) Settu ávaxta- og grænmetisbitana í safapressuna þína. Þrýstið safapressunni niður þar til ferskur safi byrjar að flæða. Að safa hráefnin fer eftir gerð safapressunnar sem þú átt.

e) Þegar þú átt nóg af safa til að fylla eitt glas, njóttu þessarar fersku, sólríku, ónæmisbætandi safablöndu.

SAFAR FYRIR BETRI MELTINGU

42. Sítrónusafi

Skammtar: 6
Hráefni
- 3-4 stórar sítrónur til að fá 1 bolla sítrónusafa
- 2 lítrar af vatni
- ¼ bolli sykur Valfrjálst eða eftir smekk
- 1 lítil sítróna sneið Skreytið (valfrjálst)

Leiðbeiningar:

a) Veltið sítrónunum á borðplötuna í hringlaga hreyfingum eða rúllið á milli lófa. Þetta er svo auðvelt sé að safa þær.
b) Hráefni sýnd.
c) Skerið hverja sítrónu í 2 jafna hluta og safa.
d) niðurskornar sítrónur sem verið er að safa.
e) Hellið nýkreista sítrónusafanum í könnu og bætið síðan 2 lítrum af köldu vatni út í.
f) Bætið út í sneiðar sítrónurnar (Valfrjálst) og sykri ef þú notar.
g) safa og sítrónusneiðum bætt í könnu.
h) Hrærið vel og setjið í ísskáp til að kólna í að minnsta kosti 30 mínútur eða berið strax fram á ís.
i) límonaði í bolla og könnu.

43. Sveskjusafi

Skammtar 2

Hráefni
- 1 + 1/4 bollar vatn
- 5 sveskjur
- 2 tsk sykur
- 1 tsk sítrónusafi
- fáir ís teninga

Leiðbeiningar:
a) Taktu þurrkaðar sveskjur. Bætið 1/4 bolli af vatni við það.
b) Geymið lokið og setjið til hliðar í 15-20 mínútur.
c) Bætið sveskjum í bleyti í blandara, 1 bolli af vatni og bætið síðan sykri.
d) Blandið því þar til það er slétt.
e) Dragðu úr safa alveg kaupa pressa með skeið. Bætið að lokum sítrónusafa út í.
f) Bætið nokkrum ísmolum í glasið, hellið síðan safanum og berið fram strax.

44. Andoxunarefni safablanda

Skammtastærð: 1 skammtur

Hráefni

- 2 tsk eplaedik (helst lífrænt með 'móður')
- ½ bolli af steinselju
- ½ rófa
- 1 meðalstór agúrka
- 1 lítið epli
- 1 lítil sítróna
- 3 meðalstórar gulrætur
- 4 sellerístangir
- engifer (ferskt, þú getur bætt við eins miklu og þú vilt)

Leiðbeiningar:

a) Þvoðu alla ávextina og grænmetið og notaðu síðan pappírshandklæði til að þurrka þá.

b) Afhýðið rauðrófan, gúrkuna, eplið, sítrónuna og gulræturnar.

c) Skerið allt hráefnið í bita sem passa í fóðurrennuna á safapressunni þinni.

d) Settu ávaxta- og grænmetisbitana í safapressuna þína. Þrýstið safapressunni niður þar til ferskur safi byrjar að flæða. Að safa hráefnin fer eftir gerð safapressunnar sem þú átt.

e) Þegar þú hefur nóg af safa til að fylla eitt glas skaltu hræra eplaedikinu út í og njóta!

45.   Go Green Juice Blend

Skammtastærð: 1 skammtur

Hráefni

- 1 agúrka
- 1 grænt epli
- 1 sítrónu
- 5 grænkálsblöð

Leiðbeiningar:

a) Þvoðu alla ávextina og grænmetið og notaðu síðan pappírshandklæði til að þurrka þá.

b) Afhýðið gúrkuna, eplið og sítrónuna.

c) Skerið allt hráefnið í bita sem passa í fóðurrennuna á safapressunni þinni.

d) Settu ávaxta- og grænmetisbitana í safapressuna þína. Þrýstið safapressunni niður þar til ferskur safi byrjar að flæða. Að safa hráefnin fer eftir gerð safapressunnar sem þú átt.

e) Þegar þú hefur nóg af safa til að fylla eitt glas skaltu njóta þessarar fersku safablöndu sem mun bæta meltinguna þína.

DÚSING FYRIR hormónastjórnun

46. Cruciferous grænmeti

Hráefni

- 2 matskeiðar myntublöð
- 1 bolli spínat
- 3 stilkar sellerí
- ½ gúrka
- 1 bolli grænkál
- 1 bolli spergilkál (stilkar og blómkálar)
- ½ Rautt epli
- 1 lítil sítróna (3/4 af hýði fjarlægð)
- 1 stykki ferskur engifer á stærð við þumal (afhýddur)

Leiðbeiningar:

a) Þvoið og saxið allt hráefni.
b) Keyrðu í gegnum safapressu.

47.   Súrkirsuberjasafi

Skammtastærð: 1 skammtur

Hráefni

- ½ dropi af basil ilmkjarnaolíu
- 1 bolli af grænkálslaufum (hakkað)
- 1 bolli ananas (hakkað)
- 1 lime
- 2 gúrkur
- 3 sellerístilkar

Leiðbeiningar:

a) Þvoðu alla ávextina og grænmetið og notaðu síðan pappírshandklæði til að þurrka þá.

b) Afhýðið lime og gúrku.

c) Skerið allt hráefnið í bita sem passa í fóðurrennuna á safapressunni þinni.

d) Settu ávaxta- og grænmetisbitana í safapressuna þína. Þrýstið safapressunni niður þar til ferskur safi byrjar að flæða. Að safa hráefnin fer eftir gerð safapressunnar sem þú átt.

e) Þegar þú hefur nóg af safa til að fylla eitt glas, bætið þá basil ilmkjarnaolíunni út í eftir smekk (og til að bæta við næringu) og njótið.

48. Appelsínugult safablanda

Skammtastærð: 1 skammtur

Hráefni:

- 2 bollar af grænmeti eins og grænkáli og spínati
- 1 rófa
- 1 appelsína
- 1 lítið epli
- 3 gulrætur

Leiðbeiningar:

a) Þvoðu alla ávextina og grænmetið og notaðu síðan pappírshandklæði til að þurrka þá.

b) Afhýðið rauðrófan, appelsínuna, eplið og gulræturnar.

c) Skerið allt hráefnið í bita sem passa í fóðurrennuna á safapressunni þinni.

d) Settu ávaxta- og grænmetisbitana í safapressuna þína. Þrýstið safapressunni niður þar til ferskur safi byrjar að flæða. Að safa hráefnin fer eftir gerð safapressunnar sem þú átt.

e) Þegar þú hefur nóg af safa til að fylla eitt glas skaltu njóta þessarar safablöndu strax til að ná sem bestum árangri.

DÚSING FYRIR AFEITUR

49. Eplasafi

Hráefni:

- 18 Epli
- Kanill (valfrjálst)
- Sykur (valfrjálst)

Leiðbeiningar:

a) Byrjaðu á því að þvo og kjarnhreinsa síðan eplið til að fjarlægja fræ. Skerið eplin í sneiðar. Það er óþarfi að afhýða eplin.
b) Bætið eplinum í pottinn og bætið við nægu vatni til að það nái aðeins yfir þau. Of mikið vatn og þú munt hafa frekar þynntan safa. Þessi safi kemur kannski dálítið sterkur út en það er miklu auðveldara að þynna safinn með auka vatni frekar en að reyna að gera bragðið sterkara.
c) Sjóðið eplin rólega í um 20-25 mínútur eða þar til eplin eru orðin frekar mjúk. Settu kaffisíu eða stykki af ostaklút í fína möskva sigið og settu yfir skál.
d) Hellið heitu safa/eplablöndunni hægt í fína sigti og stappið eplin varlega. Safinn verður síaður í gegnum botninn í skálina þína á meðan eplamaukið verður eftir. Setjið deyfið í sérstaka skál til seinna. Endurtaktu þetta ferli þar til allur safinn þinn er kominn í skálina.

e) Smakkið safann til eftir að hann hefur kólnað aðeins. Þú getur bætt við sykri eða kanil til viðbótar eftir óskum þínum. Aftur, ef bragðið er of sterkt geturðu bætt við vatni smá í einu til að veikja bragðið.
f) Auðvelt er að breyta eplamauknum sem þú safnaðir í eplasósu með því að mauka og bæta við smávegis af sykri og kanil eftir smekk.
g) Hafðu í huga að heimabakaður eplasafi þinn er ekki berjasafi
h)

50. Afeitrandi safablanda

Skammtastærð: 4 skammtar

Hráefni:

- ½ sítróna
- 1 stykki af engifer (ferskt)
- 2 meðalstór epli
- 3 meðalstór rófur
- 6 gulrætur

Leiðbeiningar:

a) Þvoðu alla ávextina og grænmetið og notaðu síðan pappírshandklæði til að þurrka þá.

b) Afhýðið sítrónu, engifer, eplum, rauðrófum og gulrótum.

c) Skerið allt hráefnið í bita sem passa í fóðurrennuna á safapressunni þinni.

d) Settu ávaxta- og grænmetisbitana í safapressuna þína. Þrýstið safapressunni niður þar til ferskur safi byrjar að flæða. Að safa hráefnin fer eftir gerð safapressunnar sem þú átt.

e) Þegar þú hefur nóg af safa til að fylla eitt glas, njóttu þessarar safablöndu og geymdu afganginn í ísskápnum þínum í allt að viku.

51. Engifer og grænmetis Zinger safablanda

Skammtastærð: 1 skammtur

Hráefni:

- ½ bolli af steinselju
- 2 bollar af spínati
- ½ agúrka
- ½ sítróna
- 1 grænt epli
- 2 sellerístilkar
- 2 stykki af engifer (ferskt)

Leiðbeiningar:

a) Þvoðu alla ávextina og grænmetið og notaðu síðan pappírshandklæði til að þurrka þá.

b) Afhýðið gúrku, sítrónu, epli og engifer.

c) Skerið allt hráefnið í bita sem passa í fóðurrennuna á safapressunni þinni.

d) Settu ávaxta- og grænmetisbitana í safapressuna þína. Þrýstið safapressunni niður þar til ferskur safi byrjar að flæða. Að safa hráefnin fer eftir gerð safapressunnar sem þú átt.

e) Þegar þú átt nægan safa til að fylla eitt glas og njóttu þessarar safablöndu kæld fyrir bestan árangur.

52. The Detox Special

GEFUR 1 BIKIL

Hráefni:

- 3 meðalstórar sykurrófur, þar á meðal grænmeti, snyrtar
- 1 meðalstór gulrót, snyrt
- 1/2 pund svört frælaus vínber

Leiðbeiningar:

a) Skerið rauðrófur og grænmeti í bita.
b) Vinndu rófurnar, grænmetið og gulrótina í gegnum rafræna safapressuna þína samkvæmt leiðbeiningum framleiðanda.
c) Bætið vínberunum saman við.
d) Þeytið safann til að blanda innihaldsefnunum alveg saman. Drekkið strax.

53. Borscht í glasi

GEFUR 1 BIKIL

Hráefni:

- 2 litlar sykurrófur, þar á meðal grænmeti
- 1 meðalstórt epli, kjarnhreinsað
- 1 meðalstór appelsína, afhýdd og í sundur
- 3 grænir laukar, þar á meðal toppar
- stór agúrka
- 2 matskeiðar fersk myntulauf

Leiðbeiningar:

a) Vinnið rófurnar og grænmetið í gegnum rafræna safapressuna þína samkvæmt leiðbeiningum framleiðanda.
b) Bætið við eplinum og síðan appelsínubitunum.
c) Bætið lauknum og gúrkunni út í.
d) Bætið myntublöðunum út í.
e) Blandið safanum vandlega saman og berið fram yfir ís.

54. Glamour Grænir

GEFUR 2 BIKLAR

Hráefni:

- 1/2 búnt spínat, um 2 bollar
- 1 bolli vatnakarsi
- 1 bolli rucola
- miðlungs epli, kjarnhreinsað
- 1/2 sítróna, afhýdd
- stilkar sellerí, með laufum
- 1/2 tommu sneið af fersku engifer

Leiðbeiningar:

a) Vinnið eplið í gegnum rafræna safapressu samkvæmt leiðbeiningum framleiðanda.
b) Bætið sítrónu og sellerístilkunum út í.
c) Bætið grænmetinu og engiferinu út í í hvaða röð sem er.
d) Þeytið safann saman og berið fram vel kældan eða yfir ís.

55. Granatepli Power

GEFUR 1 BIKIL

Hráefni:

- 4 granatepli, afhýdd
- 1/2 sítróna, afhýdd 2 matskeiðar hrátt hunang

Leiðbeiningar:

a) Vinnið afhýdd granatepli í gegnum rafræna safapressu samkvæmt leiðbeiningum framleiðanda.
b) Bætið sítrónunni út í.
c) Bætið hunanginu við safa sem myndast.
d) Þeytið safann þar til hunangið er alveg uppleyst og njótið!

56. Uppörvandi líkamshreinsun

Hráefni | GEFUR 1 BIKIL

Hráefni:

- 1 bolli spergilkál
- 3 meðalstórar gulrætur, snyrtar
- 1 meðalstórt epli, eins og Granny Smith, kjarnhreinsað
- 1 sellerístöngull, blöð meðtöldum
- 1/2 bolli spínatblöð

Leiðbeiningar:

a) Vinnið spergilkálið, gulræturnar og eplið í gegnum rafræna safapressu samkvæmt leiðbeiningum framleiðanda.
b) Bætið við sellerístönglinum og spínatblöðunum.
c) Blandið safanum vandlega saman og drekkið eins fljótt og auðið er eftir undirbúning fyrir hámarksáhrif.

57.　Iron Man

LEYFIR 3 BOLLAR (2 SKAMMAR)

Hráefni:

- 4 stórar appelsínur, afhýddar
- 4 meðalstórar sítrónur, afhýddar
- 1/4 bolli hrátt hunang, eða eftir smekk
- 4 bollar rauð, svört eða græn frælaus vínber

Leiðbeiningar:

a) Vinnið appelsínurnar og sítrónurnar í rafeindasafa í samræmi við leiðbeiningar framleiðanda.
b) Bætið hunanginu við og síðan vínberin.
c) Þeytið safann til að blandast alveg saman og njótið! Ef þú vilt skaltu bæta við köldu vatni til að þynna safann aðeins og draga úr styrkleika bragðsins.

58. Total Body Detox

GEFUR 1 BIKIL

Hráefni:

- 1 stór tómatur
- 2 stilkar aspas
- 1 meðalstór agúrka
- 1/2 sítróna, afhýdd

Leiðbeiningar:

a) Vinnið tómata og aspas í gegnum rafræna safapressuna þína samkvæmt leiðbeiningum framleiðanda.

b) Bætið gúrkunni og sítrónunni út í.

c) Blandið safanum saman og berið fram kældan eða yfir ís.

59. Gulrótarhreinsun

GEFUR 1 BIKIL

Hráefni:

- 1/2 pund gulrætur, snyrtar
- 1 stórt epli, kjarnhreinsað
- 1 sítróna, afhýdd og fræhreinsuð

Leiðbeiningar:

a) Vinndu gulræturnar, eina í einu, í gegnum rafræna safapressuna þína samkvæmt leiðbeiningum framleiðanda.
b) Skerið eplið í bita og bætið við.
c) Bætið sítrónunni út í.
d) Þeytið safann saman og njótið strax.

60. Þistilhjörtu kóríander kokteill

GEFUR 1 BIKIL

Hráefni:

- 4 Jerúsalem ætiþistlar
- 1 búnt ferskt kóríander, um 1 bolli
- 4 stórar radísur, með hala og snyrtar
- 3 meðalstórar gulrætur, snyrtar

Leiðbeiningar:

a) Vinndu Jerúsalem ætiþistlana, einn í einu, í gegnum rafræna safapressuna þína samkvæmt leiðbeiningum framleiðanda.
b) Rúllaðu kóríander í kúlu til að þjappa saman og bæta við.
c) Bætið radísum og gulrótum út í.
d) Blandið safanum vandlega saman og berið fram yfir ís að vild.

61. C-Water Detox

GIFTIR 11/2 KOLA

Hráefni:

- 3 kíví ávextir
- 2 bleik greipaldin, afhýdd og fræhreinsuð
- 4 aura vatn

Leiðbeiningar:

a) Vinnið kívíið og greipaldinið í gegnum rafræna safapressuna þína samkvæmt leiðbeiningum framleiðanda.

b) Bætið vatninu út í og blandið vandlega saman.

c) Drekkið eins fljótt og auðið er eftir undirbúning þar sem ferskt C-vítamín versnar hratt.

62. Papaya jarðaberjahreinsun

GIFTIR 11/4 KOLA

Hráefni:

- 2 papaya
- 1 bolli jarðarber, bol ósnortinn

Leiðbeiningar:

a) Vinndu papaya og jarðarber í gegnum rafræna safapressuna þína samkvæmt leiðbeiningum framleiðanda.
b) Hrærið saman og njótið!

63. Epli gúrku kokteill

GEFUR 1 BIKIL

Hráefni:

- 1 meðalstór agúrka
- 1 meðalstórt epli, kjarnhreinsað
- Vatn til að búa til 1 bolla safa

Leiðbeiningar:

a) Vinndu gúrkuna og eplið í gegnum rafræna safapressuna þína samkvæmt leiðbeiningum framleiðanda.

b) Bætið vatninu saman við til að búa til 1 bolla og blandið vandlega saman. Drekktu og njóttu!

64. Avocado Smoothie

GIFTIR 1 1/2 KOLA

Hráefni:

- 2 lauf grænkál eða svissnesk kol, saxað
- 1/2 bolli mangóbitar
- 1/4 avókadó
- 1/2 bolli kókosvatn
- 1/2 bolli ís

Leiðbeiningar:

a) Vinnið grænkálið eða svissneska kolið og mangóbitana í gegnum rafræna safapressu samkvæmt leiðbeiningum framleiðanda.
b) Færið blönduna yfir í blandara og bætið avókadóinu, kókosvatninu og ísnum saman við.
c) Blandið þar til slétt.

65. Minty Melon Cleanser

GIFTIR 11/2 KOLA

Hráefni:

- 1/2 kantalúpa, afhýdd og fræhreinsuð
- 1/4 bolli fersk myntulauf
- 1/4 bolli steinselja
- 1 bolli bláber

Leiðbeiningar:

a) Skerið melónuna í bita og vinnið í gegnum rafræna safapressu samkvæmt leiðbeiningum framleiðanda.
b) Rúllaðu myntu og steinselju í kúlur til að þjappa saman og bæta við safapressuna.
c) Bætið bláberjunum út í.
d) Þeytið safann saman til að sameina hráefnin og njótið!

66. Cranapple Magic

GIFTIR 11/2 KOLA

Hráefni:

- 3/4 bolli trönuber
- 3 meðalstórar gulrætur, snyrtar
- 2 epli, kjarnhreinsuð

Leiðbeiningar:

a) Vinnið trönuberin í gegnum rafræna safapressu samkvæmt leiðbeiningum framleiðanda.

b) Bætið við gulrótum og eplum.

c) Blandið safanum vandlega saman og berið fram.

67. Hreinsun fyrir hvítkál

GIFTIR 11/2 KOLA

Hráefni:

- 1 bolli spergilkál
- 1 lítið höfuð rauðkál
- 3 stór blöð grænkál eða svissneskur Chard

Leiðbeiningar:

a) Vinnið spergilkálið í gegnum rafræna safapressu samkvæmt leiðbeiningum framleiðanda.
b) Skerið kálið í bita og bætið í safapressuna.
c) Bætið kálinu eða kartöflunni út í.
d) Blandið safanum vandlega saman og berið fram einn eða yfir ís.

68.   Yamtastic

GIFTIR 11/2 KOLA

Hráefni:

- 3 appelsínur, afhýddar
- 2 Anjou perur, kjarnhreinsaðar
- 1 stór yam, afhýdd

Leiðbeiningar:

a) Vinnið appelsínuhlutana í gegnum rafeindasafa í samræmi við leiðbeiningar framleiðanda.
b) Bætið perunum út í.
c) Skerið garnið í bita og bætið í safapressuna. Berið fram yfir ís.

69. Deiglan

GIFTIR 11/2 KOLA

Hráefni:

- 1 stilkur spergilkál
- 1/4 höfuðkál
- 1/4 haus blómkál
- grænkálsblöð
- 1/2 sítróna, afhýdd
- 2 epli, kjarnhreinsuð

Leiðbeiningar:

a) Vinnið spergilkálið í gegnum rafeindasafa í samræmi við leiðbeiningar framleiðanda.
b) Bætið kálinu út í og síðan blómkálinu.
c) Bætið við grænkálinu og síðan sítrónunni og eplinum.
d) Þeytið safann saman til að blandast saman og berið fram yfir ís.

70. Kanill eplasafi

GIFTIR 11/2 KOLA

Hráefni:

- 2 epli, kjarnhreinsuð
- 8 stilkar sellerí
- Dafi af kanil

Leiðbeiningar:

a) Vinnið eplin í gegnum rafræna safapressu samkvæmt leiðbeiningum framleiðanda.
b) Bætið selleríinu út í. Bætið kanilnum við safa sem myndast.
c) Þeytið safann saman til að blandast saman og berið fram strax.

71. Hreinsun fyrir rótargrænmeti

GIFTIR 11/2 KOLA

Hráefni:

- 1/2 meðalstór rófa, með hala og snyrt
- 3 meðalstórar gulrætur, snyrtar
- 2 epli, kjarnhreinsuð
- 1 miðlungs sæt kartöflu, skorin í bita
- 1/4 sætur spænskur eða Vidalia laukur, afhýddur

Leiðbeiningar:

a) Vinnið rófurnar og gulræturnar í gegnum rafræna safapressu samkvæmt leiðbeiningum framleiðanda.

b) Bætið við eplum og sætu kartöflunni og síðan lauknum.

c) Blandið safanum vandlega saman til að sameina hráefnin og berið fram strax.

72. Mangó tea

GEFUR 2 BIKLAR

Hráefni:

- 1/2 mangó, afhýtt og fræhreinsað
- 1 bolli heitt vatn
- 1 jurtatepoki

Leiðbeiningar:

a) Vinnið mangóið í gegnum rafræna safapressu samkvæmt leiðbeiningum framleiðanda.
b) Hellið vatni yfir tepokann og látið malla í 2 mínútur.
c) Bætið 1/4 bolla af mangósafa út í teið og hrærið.

73. Drekktu grænmetið þitt

Hráefni:

- 2 bollar Baby Spínatblöð
- 6 Sellerí
- 2 stórar agúrkur
- 1/2 sítróna
- 2 meðalstór epli
- 1-2 tommu engifer
- 1/4 - 1/2 bolli steinseljublöð

Leiðbeiningar

a) Þvoið, undirbúið og saxið afurðir.
b) Bætið afurðinni í safapressuna einni í einu.
c) Berið fram kalt yfir ís. Má geyma í vel lokuðum glösum eða glösum í kæli í 7-10 daga. Hristu eða hrærðu vel áður en þú drekkur.

74. Afeitrunartækið

Hráefni:

- 2-3 rófur
- 6 gulrætur
- 2 meðalstór epli
- 1/2 sítróna
- 1-2 tommu engifer

Leiðbeiningar

a) Þvoið, undirbúið og saxið afurðir.
b) Bætið afurðinni í safapressuna einni í einu.
c) Berið fram kalt yfir ís. Má geyma í vel lokuðum glösum eða glösum í kæli í 7-10 daga. Hristu eða hrærðu vel áður en þú drekkur.

75. Sýnin

Hráefni:

- 8 stórar gulrætur
- 2-3 Nafla appelsínur
- 1-2 tommu engifer
- 1 tommu túrmerik (valfrjálst)

Leiðbeiningar

a) Þvoið, undirbúið og saxið afurðir.
b) Bætið afurðinni í safapressuna einni í einu.
c) Berið fram kalt yfir ís. Má geyma í vel lokuðum glösum eða glösum í kæli í 7-10 daga. Hristu eða hrærðu vel áður en þú drekkur.

76. Sæt gulrót

Hráefni:

- 10 stórar gulrætur
- 2 meðalstór epli
- 1/4 bolli steinselja (valfrjálst)

Leiðbeiningar

a) Þvoið, undirbúið og saxið afurðir.
b) Bætið afurðinni í safapressuna einni í einu.
c) Berið fram kalt yfir ís. Má geyma í vel lokuðum glösum eða glösum í kæli í 7-10 daga. Hristu eða hrærðu vel áður en þú drekkur.

SAFAR TIL AÐ HÆGA Á öldrun

77. Rauður vínberjasafi

Skammtar: 6 skammtar

Hráefni
- 1-2 pund. Rauð vínber
- 2 bollar Vatn
- ¼ bolli sykur

Leiðbeiningar:
a) Fylltu blandarann með vínberjum .
b) Bætið við vatni og sykri.
c) Síið kvoða ef vill.
d) Berið fram kælt.

78. Gúrkusafi

Hráefni
- 6 bollar vatn
- 2 enskar gúrkur
- 1 sítrónusafi og börkur
- 2 matskeiðar fersk mynta

Leiðbeiningar:

a) Skerið endana á gúrkunum af og afhýðið. Skerið í nokkra stærri bita.

b) Setjið gúrkurnar, vatnið, sítrónubörkinn, sítrónusafann og myntu í matvinnsluvél eða í blandara. Blandið hráefninu í 2-3 mínútur þar til það er slétt.

c) Setjið sigti yfir stærri skál og hellið gúrkusafanum í sigið. Notaðu spaða til að færa safann í gegnum síuna þar til ekki síast meira af safa. Fleygðu föstu efninu.

d) Njóttu gúrkusafans strax eða geymdu í ísskáp í allt að 24 klukkustundir.

79. Ung og fersk safablanda

Skammtastærð: 1 skammtur

Hráefni
- 2 bollar af eplum
- 2 bollar af bláberjum

Leiðbeiningar:

a) Þvoðu alla ávextina og notaðu síðan pappírshandklæði til að þurrka þá.

b) Afhýðið eplið og skerið það í bita sem passa í fóðurrennuna á safapressunni þinni.

c) Settu ávextina í safapressuna þína. Þrýstið safapressunni niður þar til ferskur safi byrjar að flæða. Að safa hráefnin fer eftir gerð safapressunnar sem þú átt.

d) Þegar þú hefur nóg af safa til að fylla eitt glas skaltu njóta þessarar öldrunarsafablöndu.

80. Ungleg bleik djúsblanda

Skammtastærð: 1 skammtur

Hráefni

- ½ bolli af jarðarberjum
- 1 bolli af bláberjum
- 1 ½ bolli af vatni
- 1 stórt grænkálsblað
- 1 lítil rófa

Leiðbeiningar:

a) Þvoðu alla ávextina og grænmetið og notaðu síðan pappírshandklæði til að þurrka þá.

b) Flysjið rófuna og fjarlægið stilkinn af grænkálsblaðinu.

c) Skerið allt hráefnið í bita sem passa í fóðurrennuna á safapressunni þinni.

d) Settu ávaxta- og grænmetisbitana í safapressuna þína. Þrýstið safapressunni niður þar til ferskur safi byrjar að flæða. Að safa hráefnin fer eftir gerð safapressunnar sem þú átt.

e) Þegar þú átt nægan safa til að fylla eitt glas og njóta þessarar unglegu safablöndu sem lítur vel út og bragðast enn betur.

DAUFIÐ FYRIR HEILBRIGÐAN LÍKAMA

81. Bláberjablástur

GIFTIR 11/2 BIKLA

Hráefni

- 1 bolli bláber
- 2 stórar gulrætur, snyrtar
- 1/2 bolli ferskir ananasbitar

Leiðbeiningar:

a) Fylgdu leiðbeiningum framleiðanda skaltu vinna úr bláberjum, gulrótum og ananas í hvaða röð sem þú vilt.

b) Hrærið eða hristið safann til að blandast alveg, bætið við ís eftir þörfum.

c) Drekkið eins fljótt og auðið er eftir blöndun.

82. Appelsínu jarðarberjasafi

GIFTIR 11/2 BIKLA

Hráefni

- 1 stór appelsína, afhýdd
- 1 bolli jarðarber
- 1 banani, afhýddur

Leiðbeiningar:

a) Vinnið appelsínuna og jarðarberin í gegnum rafræna safapressu samkvæmt leiðbeiningum framleiðanda.

b) Bætið banananum út í og setjið í blandara þar til blandan er slétt. Berið fram strax.

83. Appelsínu bananasafi

GIFTIR 11/2 KOLA

Hráefni

- 1 lítil sæt kartöflu, afhýdd
- 1 stór gulrót, snyrt
- 2 þroskaðar perur, kjarnhreinsaðar
- 3 meðalstórar appelsínur, afhýddar

Leiðbeiningar:

a) Vinndu gulrótina og sætu kartöfluna í gegnum safapressuna þína samkvæmt leiðbeiningum framleiðanda.
b) Bætið perunum og appelsínubitunum út í og vinnið.
c) Blandið safanum vandlega saman áður en hann er borinn fram.

84. Krydduð agúrka

GEFUR 1 BIKIL

Hráefni

- 1 agúrka
- 1 hvítlauksgeiri, afhýddur
- 2 grænir laukar, saxaðir
- 1/2 jalapeño pipar
- 2 lítil key lime eða mexíkósk lime

Leiðbeiningar:

a) Vinnið hráefnin í hvaða röð sem er í gegnum rafræna safapressu samkvæmt leiðbeiningum framleiðanda.

b) Hrærið til að blanda safanum og berið fram yfir ís.

85.   Bean vél

GEFUR 1 BIKIL

Hráefni

- 2 bollar ferskar grænar baunir
- 5 stór lauf romaine salat
- 1 agúrka
- 1 sítróna skorin í fernt, afhýdd

Leiðbeiningar:

a) Vinndu baunirnar í gegnum rafeindasafapressuna þína samkvæmt leiðbeiningum framleiðanda.

b) Bætið salatinu út í, síðan gúrkunni og sítrónunni.

c) Blandið safanum vandlega saman til að sameina innihaldsefnin og berið fram einn eða yfir ís.

86.   Power Punch

ÁVÖRUR 1

Hráefni

- 1 meðalstór yam, afhýdd
- 4 meðalstórar appelsínur, afhýddar
- 2 meðalstórar gulrætur, snyrtar
- 1/2 bolli fersk steinselja
- 1/2 ferskur ananas, afhýddur og skorinn í bita

Leiðbeiningar:

a) Skerið garnið í bita eftir þörfum. Vinnið í gegnum rafeindasafapressuna þína í samræmi við leiðbeiningar framleiðanda.

b) Bætið appelsínubitunum saman við, nokkra í einu.

c) Bætið við gulrótunum og ananasbitunum.

d) Blandið safa sem myndast vandlega saman áður en hann er borinn fram.

87. Grænmetis súpersafi

GIFTIR 11/2 KOLA

Hráefni

- 1 heil agúrka
- 6 lauf romaine salat
- 4 stilkar af sellerí, þar á meðal blöð
- 2 bollar ferskt spínat

Leiðbeiningar:

a) Skerið gúrkuna í bita og vinnið í gegnum safapressuna þína samkvæmt leiðbeiningum framleiðanda.
b) Vefjið salatblöðunum utan um sellerístilkana og bætið í næringarrörið.
c) Bætið spínatinu, spírunum og steinseljunni í hvaða röð sem þú vilt.
d) Blandið safanum vandlega saman áður en hann er borinn fram.

88. Rófumeistarinn

GEFUR 1 BIKIL

Hráefni

- 2 meðalstór rófur
- 2 epli, kjarnhreinsuð
- 1 meðalstór appelsína, afhýdd
- 2 stilkar sellerí, með laufum

Leiðbeiningar:

a) Skrúbbaðu og snyrtu rófurnar. Skerið í bita.
b) Vinnið rófuklumpa í gegnum fóðurrör rafeindasafavélar samkvæmt leiðbeiningum framleiðanda.
c) Skerið eplin í bita og bætið í safapressuna ásamt appelsínunni og selleríinu.
d) Blandið safanum vandlega saman og berið fram yfir ís.

89. Bláberja epli

GEFUR 1 BIKIL

Hráefni

- 2 bollar fersk eða frosin bláber
- 1 epli, kjarnhreinsað
- 1 sneið sítrónu eða lime, afhýdd

Leiðbeiningar:

a) Vinndu berin í gegnum rafeindasafapressuna þína samkvæmt leiðbeiningum framleiðanda.

b) Bætið við eplinum og síðan sítrónu eða lime.

c) Hrærið eða hristið safann vandlega til að sameina innihaldsefnin og berið fram.

90. The Energizer

GEFUR 2 BIKLAR

Hráefni

- 2 epli, kjarnhreinsuð
- 1/2 agúrka
- 1/4 pera fennel
- 2 stilkar sellerí, þar á meðal blöð
- 1/2 sítróna, afhýdd
- 1 stykki engifer, um 1/4 tommur
- 1/2 bolli grænkál
- 1/2 bolli spínat
- 6 lauf romaine salat

Leiðbeiningar:

a) Bætið selleríinu út í og síðan sítrónunni og engiferinu.

b) Rífið grænmetið sem eftir er létt í bita og vinnið.

c) Blandið safanum vandlega saman áður en hann er borinn fram. Berið fram yfir ís ef vill.

91.   Salatleikur

GIFTIR 11/2 KOLA

Hráefni

- 1/2 höfuð romaine salat
- 1/2 höfuð rautt laufsalat
- 2 sellerístangir, með laufum

Leiðbeiningar:

a) Vinnið salat og sellerí í gegnum rafræna safapressu samkvæmt leiðbeiningum framleiðanda.
b) Berið safann fram einn eða yfir ís.

92. Best af báðum heimum

GIFTIR 11/2 KOLA

Hráefni

- 4–6 meðalstórar gulrætur, snyrtar
- 1 meðalstór sæt kartöflu, skrældar
- 1 rauð paprika, fræhreinsuð
- 2 kíví
- 1 tommu stykki engifer
- 1/2 sítróna, afhýdd
- 2 stilkar sellerí, með laufum

Leiðbeiningar:

a) Vinnið gulræturnar í gegnum rafræna safapressu samkvæmt leiðbeiningum framleiðanda.
b) Bætið sætu kartöflunni út í og síðan piparinn.
c) Bætið kívínum og engiferinu út í.
d) Bætið sítrónunni og selleríinu út í.
e) Peytið eða hristið safann vandlega til að blandast saman og berið fram einn eða yfir ís.

93. Einföld ánægja

GEFUR 1 BIKIL

Hráefni

- 4 stórar gulrætur, snyrtar
- 1 appelsína, afhýdd

Leiðbeiningar:

a) Vinnið gulræturnar í gegnum rafræna safapressu samkvæmt leiðbeiningum framleiðanda.
b) Bætið appelsínubitunum saman við.
c) Þeytið eða hristið safann til að blandast saman og berið fram.

94. Rauður, hvítur og svartur

GIFTIR 1 1/2 KOLA

Hráefni

- 1 bolli rauð vínber
- 1 bolli hvít vínber
- 1/2 bolli sólber

Leiðbeiningar:

a) Vinnið vínberin í gegnum rafræna safapressu samkvæmt leiðbeiningum framleiðanda.
b) Bætið rifsberjunum út í.
c) Berið safann fram einn eða yfir ís.

95. Ananas sellerí kokteill

GEFUR 1 BIKIL

Hráefni

- 3 (1 tommu) sneiðar ferskur ananas, afhýddur
- 3 stilkar sellerí, með laufum

Leiðbeiningar:

a) Vinnið ananasbitana og selleríið í gegnum safapressuna þína.
b) Berið safann fram strax.

96. Agúrka hunangspunch

GEFUR 2 BIKLAR

Hráefni

- 1/2 agúrka
- 1/4 lítil hunangsmelóna
- 1 bolli frælaus græn vínber
- 2 kiwi ávextir, skrældir
- 3/4 bolli spínat
- 1 myntukvistur
- 1 sítróna, afhýdd

Leiðbeiningar:

a) Vinnið gúrkuna og melónuna í gegnum rafræna safapressu samkvæmt leiðbeiningum framleiðanda.
b) Bætið vínberunum og kívíunum saman við.
c) Bætið við spínatinu og myntunni og síðan sítrónunni.
d) Blandið safanum vandlega saman til að sameina hráefnin og berið fram strax.

97. Galdralækningar

GEFUR 1 BIKIL

Hráefni

- 1 mangó, afhýtt og kjarnhreinsað
- 1/2 bolli ferskjur
- 1/2 bolli ananasbitar
- 2 matskeiðar hrátt hunang
- 1 tsk ferskt rifið engifer
- 1 bolli bláber

Leiðbeiningar:

a) Vinndu mangóið í gegnum rafeindasafapressuna þína samkvæmt leiðbeiningum framleiðanda.
b) Bætið ferskjum og ananasbitum út í, nokkra í einu.
c) Blandið hunanginu saman við engifer og bláber og bætið út í safapressuna.
d) Blandið safanum vandlega saman áður en hann er borinn fram.

98. Night on the Town Tonic

Hráefni | VEGUR 2 1/2 BOLLI (2 SKÓMTAR)

Hráefni

- 1 lítil rófa
- 6 meðalstórar gulrætur, snyrtar
- 1 græn paprika, fræhreinsuð
- 1 rauð paprika, fræhreinsuð
- 1/2 bolli grænkál
- 2 bollar barnaspínatblöð
- 2 stórir tómatar
- 1/4 höfuð ferskt hvítkál
- 2 stilkar sellerí
- 2 grænir laukar, saxaðir
- 1 lítill hvítlauksgeiri, afhýddur
- 1 tsk salt
- Heit piparsósa, eftir smekk

Leiðbeiningar:

a) Vinndu rófurnar og gulræturnar í gegnum rafeindasafapressuna þína samkvæmt leiðbeiningum framleiðanda.
b) Bætið paprikunni út í og síðan grænkáli og spínati.
c) Bætið tómötunum, hvítkálinu og selleríinu út í
d) Bætið síðast lauknum og hvítlauknum og salti út í.
e) Þeytið safann vandlega til að blandast saman, kryddið eftir smekk með heitri sósu og berið fram yfir ís til að auka vökvun.

99. Trönuberjasafi

Hráefni
- 2 lítrar vatn
- 8 bollar fersk eða frosin trönuber
- 1-1/2 bollar sykur
- 1/2 bolli sítrónusafi
- 1/2 bolli appelsínusafi

Leiðbeiningar

a) Í hollenskum ofni eða stórum potti skaltu koma vatni og trönuberjum að suðu. Draga úr hita; lokið og látið malla þar til berin byrja að poppa, 20 mínútur.

b) Sigtið í gegnum fína sigti, þrýstið á blönduna með skeið; farga berjum. Setjið trönuberjasafa aftur á pönnuna. Hrærið sykri, sítrónusafa og appelsínusafa saman við. Látið suðuna koma upp; eldið og hrærið þar til sykurinn er uppleystur.

c) Takið af hitanum. Flott. Flytja á könnu; lokið og kælið þar til það er kólnað.

100. Granateplasafi

Hráefni
- 5 til 6 stór granatepli

Leiðbeiningar:
a) Notaðu skurðhníf til að fjarlægja þann hluta af granateplinu sem lítur út eins og kóróna. Mér finnst gaman að halla skurðhnífnum mínum niður og gera hring í kringum kórónu.
b) Skerið granatepli í hluta. Mér finnst nóg fyrir mig að skora ávextina 4 sinnum, en ekki hika við að skora það nokkrum sinnum í viðbót.
c) Brjótið granateplið upp í hluta.
d) Fylltu stóra skál með köldu vatni. Brjóttu í sundur granatepli undir vatninu. Það hjálpar til við að koma í veg fyrir að granateplasafa sprauti alls staðar.
e) Tæmið vatnið af granateplinu þegar þú ert búinn að skilja þau frá börknum.
f) Hellið í blandara. Blandið þar til öll arils hafa verið mulin en flest fræin eru enn ósnortinn. Þetta tekur venjulega ekki meira en 15 til 20 sekúndur.
g) Hellið safanum í gegnum sigti. Þú munt taka eftir því að safinn fer í gegnum síuna frekar hægt vegna þess að deigið er frekar þykkt. Til að flýta fyrir ferlinu, notaðu gúmmíspaða til að þrýsta deiginu

að síunni. Safinn ætti að leka hraðar í gegn.

h) Hellið safa í glas til að bera fram. 5 til 6 stór granatepli ættu að gefa um 4 bolla af safa. Afganga af safa má geyma í kæli í krukku í 5 til 6 daga.

NIÐURSTAÐA

Þarna hefurðu það!

Allt sem þú þarft að vita um djúsun. Nú þegar ertu nú þegar vopnaður þeim upplýsingum sem þú þarft til að hefja þína eigin safaferð á öruggan og réttan hátt. Eins og lofað var í upphafi bókarinnar deildi ég með þér öllu sem ég lærði og uppgötvaði í gegnum safaferðalagið mitt. Við byrjuðum þessa rafbók á því að skilgreina hvað djúsun er, svöruðum mikilvægustu spurningunni sem tengist djúsun, ræddum kosti þess að djúsa, og þú lærðir meira að segja það mikilvægasta sem þarf að hafa í huga þegar þú byrjar að djúsa. Næsti kafli snerist um að finna hina fullkomnu safapressu. Hér lærðir þú allt um mismunandi gerðir af safapressum ásamt öllu ferlinu um hvernig á að finna það besta

Milton Keynes UK
Ingram Content Group UK Ltd.
UKHW032032191024
449814UK00010B/584